HADITHI ZA KIKWETU

'Kaponea chupuchupu

Hadithi za kikwetu

1. Sungura na Binti Mfalme — Nyambura Mpesha
2. Asante Mama — Pamela M.Y. Ngugi
3. Kaburi Bila Msalaba — P.M. Kareithi
4. Sokwe Shaka — Sam Mbure
5. BondelaWafu — Akberali Manji
6. Mlima Kenya Kajifungua — NjiruKimunyi
7. Nyani Mdogo — Nyambura Mpesha
8. Safari ya Kombamwiko — Emmanuel Kariuki
9. Tajiri Mjanja — Leo Odera Omolo
10. Mfalme na Majitu — Leo Odera Omolo
11. Kinga ya Rushwa — Fortunatus Kawegere
12. Hadithi Teule — Sun Bao Hua
13. Chura Mcheza Ngoma — Rebecca Nandwa
14. Mtoto Aliyetoweka — Akberali Manji
15. Kuku na Mwewe — Nyambura Mpesha
16. Mkasa wa Shujaa Liyongo — Bitugi Matundura
17. Kachuma na Polisi Wezi — Patrick Ngugi
18. Ngiri Mganga — Emmanuel Kariuki
19. Karamu Mbinguni — NjiruKimunyi
20. Mfalme Chui Mkatili — Rebecca Nandwa
21. Nyumba ya Sungura — Njiru Kimunyi
22. Marafiki wa Pela — Nyambura Mpesha
23. Mgomba Changaraweni — Ken Walibora
24. Zawadi ya Rangi — RuthWairimuKarani
25. Mtu wa Mvua — Ken Walibora
26. Hanna na Wanyama — Nyambura Mpesha
27. Mende Mdogo — Nyambura Mpesha
28. Chura na Mjusi — Nyambura Mpesha
29. Mwepesi wa Kusahau — Bitugi Matundurana

vinginevyo... vinginevyo vingi

'Kaponea chupuchupu

AKBERALI MANJI

 PHOENIX PUBLISHERS, NAIROBI

Kimetolewa mara ya kwanza mnamo 2001 na
Phoenix Publishers Ltd.,
Mellow Heights, Ngara Road,
S.L.P. 30474-00100,
Nairobi, Kenya.

© Maandishi: Akberali Manji, 2006
© Michoro: Phoenix.Publishers Ltd., 2006

ISBN 9966 47 138 3

Kimenakiliwa tena 2008, 2010, 2012, 2014, 2016, 2019

Kimepigwa chapa na
Modern Lithographic (K) Limited,
S. L. P. 52810-00200,
Nairobi, Kenya.

Yaliyomo

1. Bunduki ya Baba.......................... 7
2. Marafiki Watundu 15
3. Wawindaji Haramu 22
4. Kuharibiwa Jina 30
5. Kuvamiwa na Simba.................... 40
6. Spekta Salinga 47
7. Kufumaniwa 56

1

Bunduki ya Baba

Mbuga ya wanyamapori ya Tsavo Magharibi ni moja ya vivutio vikubwa kwa watalii nchini Kenya. Hassan Ngunda ndiye aliyekuwa mkuu wa walinda wanyamapori katika mbuga hiyo. Kazi yake, pamoja na masajini wengine wawili na kikosi kizima cha askari wasaidizi, ilikuwa ni kulinda mbuga hiyo na wanyamapori wote. Kama ilivyo katika mbuga nyingine za wanyamapori, uwindaji haramu ulikuwa umepigwa marufuku vilevile Tsavo Magharibi.

Kila mara watalii kutoka sehemu mbalimbali ulimwenguni waliitembelea mbuga ya Tsavo Magharibi. Fedha za kigeni walizolipa watalii hawa ziliisaidia serikali katika kuendesha huduma za umma kama shule, hospitali na nyinginezo.

Hassan Ngunda alikuwa na mke na watoto wawili. Watoto hao walikuwa msichana aliyeitwa Ketu na mvulana aliyeitwa Fadhili. Jamii hii iliishi katika kijiji cha Taveta Ndogo karibu na mpaka wa Kenya na Tanzania. Kutoka hapo mtu aliweza kuuona mlima maarufu wa Kilimanjaro ambao ndio mrefu zaidi barani Afrika.

Ketu alikuwa katika darasa la sita na Fadhili darasa la tano katika shule ya msingi ya Jumuika. Ketu hakuzoea kutokatoka kwao, lakini Fadhili alipenda michezo na rafiki zake. Wakati mwingine walipitisha wakati mitoni na misituni iliyokuwa karibu. Marafiki zake wakubwa walikuwa Juma na Ishmaili.

Siku moja ya Jumapili, Hassan Ngunda alirejea nyumbani mwake saa tano asubuhi. Mkewe alishangazwa na kurejea kwa mumewe akiwa anatembea badala ya kuendesha gari la kazini.

"Kitu gani kimetokea, mume wangu?" Salima aliuliza. "Mbona umerudi mapema, tena bila gari?"

"Kwa sababu limeharibikia njiani," Hassan

"Kitu gani kimetokea, mume wangu?"
"Mbona umerudi mapema, tena bila gari?"

alijibu. "Nimerudia spana ili nikalitengeneze. Hebu nisaidie maji ya kunywa."

Ketu alimsikia baba yake akiongea. Alichota maji mtungini na kumpa bilauri moja ambayo aliinywa harakaharaka.

"Je, Fadhili yuko wapi?" Hassan aliuliza baada ya kunywa maji.

"Ameniaga kuwa anakwenda kwa mjomba wake," Salima alijibu.

Hassan hakusema kitu. Hiyo haikuwa mara ya kwanza kwa mwanaye kumtembelea mjomba wake aliyeishi maili tatu kutoka hapo. Bila swali lingine alielekea chumbani mwake ili achukue spana.

Lakini mara alipoingia alipigwa butwaa la ghafla. Mwili wake ulishika ganzi akashindwa kupiga hata hatua moja. Alitaka kusema lakini sauti haikutoka. Macho yake yalitazama ukutani, ambamo daima mlitundikwa bunduki yake, bila kuamini.

Alitikisa kichwa na kutalii tena kila sehemu chumbani humo, lakini hakuiona bunduki

yake. Wasiwasi mkubwa ulimkumba. Hakuna mtu aliyekuwa akiitumia bunduki hiyo zaidi ya yeye. Alisogea karibu na dirisha, ambalo lilikuwa wazi, na kutazama nje.

Hakukuwa na yeyote. Upepo ulikuwa ukiyapeperusha matawi ya miti iliyokuwa karibu.

Huku akiwa na maswali mengi yasiyopata jibu, Hassan alimwita mkewe.

"Mama Ketu," alisema kwa sauti iliyotetemeka. "Bunduki yangu iko wapi?"

"Bunduki!" Salima alishangaa. "Kwani hukuenda nayo?"

"Wala!" Hassan alijibu kwa mshangao. "Hebu nieleze vizuri. Ni nani aliyeingia chumbani mwangu?"

"Mume wangu," Salima alijaribu kumliwaza mumewe, "labda umeiweka sehemu nyingine."

"Hapana!" Hassan alisema kwa wasiwasi. "Muulize Ketu upesi."

Ketu aliyasikiliza mazungumzo yote kwa makini. Hata yeye hakujua zaidi ya kuwa bunduki ya baba yake huning'inizwa ukutani. Alipoulizwa alijieleza kwa ufasaha.

"Mama, mie nipeleke wapi bunduki? Kwanza sijawahi kuigusa hata siku moja!"

"Hebu itafuteni uvunguni," Hassan alisema huku akiwa bado anatetemeka.

Salima alipiga magoti na kutazama uvunguni mwa kitanda. Bunduki haikuwepo. Akainua tandiko na kukung'uta nguo zote; bunduki haikuwepo.

"Jamani!" Mama Ketu alisema kwa hofu. "Balaa gani hii tena?"

Hassan alisimama wima kama aliyepigiliwa misumari ardhini. Jasho jembamba lilishuka maungoni mwake. Akauliza kwa sauti kali, "Je, mlimwona Fadhili akiondoka?"

"Ndio," mkewe alijibu. "Hakuigusa bunduki."

"Mungu wangu eh!" Hassan alilia kwa unyonge. "Ni nani huyu anayetaka kuniharibia kazi yangu? Masikini mie, nani huyu anayetaka nifie jela?" Bila hiari yake, machozi yalianza kumtiririka kutoka machoni.

Ketu alijawa na huruma kumwona baba yake akitokwa machozi. Hata naye alianza kulia.

Salima alimwangalia mumewe kwa huruma.

"Hebu tulizana kwanza upate kufikiri mume wangu," alisema. "Kaa ufikiri vizuri. Huenda ukakumbuka ulikoiacha."

Hassan aliliwazwa na maelezo ya mkewe, akavuta kiti na kuketi tuli. Msururu wa mawazo ulimpita akilini. Alijiuliza ni nani adui zake hapo Tsavo Magharibi. Hili lilimsumbua, maana kama mdhibiti wa wanyamapori, alikuwa na maadui wengi.

Kimya kilitanda nyumbani kote. Hassan Ngunda alikuwa amehuzunika kweli. Salima alijishika tama sebuleni. Ketu alipanda kitandani na kuwaza kwa unyonge na masikitiko.

2

Marafiki Watundu

Ulikuwa wakati wa likizo kwa wanafunzi. Ijumaa moja, Fadhili alikuwa amekutana na marafiki zake Ishmaili na Juma, waliomshawishi waende porini kuwinda wanyama.

"Kwa nini usilete bunduki ya baba yako?" Ishmaili alikuwa amemuuliza Fadhili.

"Hapana, siwezi kufanya hivyo. Baba angeniua kwa hasira. Isitoshe, kila anapokuwa kazini huibeba bunduki yake."

"Usiwe mwoga," Ishmaili alikuwa amembembeleza. "Mzazi ni mzazi, hawezi kukufanya madhara."

"Hata miye nashangaa," Juma naye alikuwa amedakia. "Ingekuwa mimi ningeichukua tu. Kwani si utairudisha baadaye?"

Fadhili alikuwa ameyatafakari maelezo

hayo, kisha akauliza, "Nitawezaje kuichukua bunduki ilhali baba huibeba?"

"Ni rahisi sana," Ishmaili alikuwa amemwambia. "Unahitaji tu kujua ni lini baba yako hayuko kazini. Hapo utawahi kutoroka na bunduki twende tukawinde nayo."

Fadhili alikuwa ameyafikiria maombi ya rafiki zake. Alijihisi kama anayewaudhi, jambo lililomfanya kujisikia vibaya.

Mara alikumbuka kuwa baba yake haendi kazini kila Jumapili.

"Basi jiandaeni," alikuwa amewaambia rafiki zake. "Tutakwenda kuwinda bondeni siku ya Jumapili."

Rafiki zake walikuwa wamefurahi sana. Ingawa walilokuwa wakipendekeza lilikuwa ni hatari, walijawa na shauku kubwa.

Juma ndiye aliyeitambua zaidi hatari ya kuwinda bondeni. Mama yake alikuwa amemweleza vile miaka kadha alipokuwa mtoto watu wanne kutoka kijiji chake walikuwa wameraruliwa na simba humo.

"Lakini," Juma alikuwa ameanza kusema, "tunaweza kuliwa na simba porini."

Ishmaili alikuwa ameangua kicheko na kusema kwa dharau, "Simba atafanya nini mbele ya bunduki?"

"Hafui dafu," Fadhili alikuwa amejigamba.

Mwishowe walikuwa wamekubaliana wakutane siku ya Jumapili. Walikuwa wameagana na kila mmoja kwenda kwao.

Hatimaye Jumapili ilikuwa imefika. Fadhili alikuwa amemtarajia babake kuondoka mapema bila bunduki yake. Lakini leo hii alikuwa amechukua muda mrefu akilijaribu gari lake.

"Baba leo unakwenda wapi?" Fadhili alikuwa amemdadisi.

"Kijiji jirani," Hassan alikuwa amemjibu mwanawe. "Nina mkutano na watu fulani."

Fadhili alikuwa amefurahia majibu hayo. Alihakikisha baba yake ameondoka bila bunduki. Ndipo alipotoka na kuongozana na wenzake waliomsubiri chini ya mwembe.

"Baba ameshaondoka tayari," Fadhili alikuwa amewaambia. "Juma, tangulia kule mtoni. Nawe Ishmaili, unaliona lile dirisha?" alikuwa ameuliza akiwa anaonyesha kwa kidole.

"Naliona sawasawa," Ishmaili alikuwa amejibu. "Limefanya nini dirisha hilo?"

"Nenda kando yake sasa hivi. Mimi nitakupa bunduki kupitia dirisha hilohilo."

Ishmaili alikuwa ameelekea kando ya dirisha aliloambiwa, wakati ambapo naye Juma amewatangulia mtoni.

Fadhili alimtazama mama yake aliyekuwa akichagua mchele nje ya banda la jiko. Ketu alikuwa sebuleni akijisomea, hivyo hakuwa amemwona Fadhili pale alipoingia chumbani mwa wazazi wao.

Fadhili alikuwa ameichukua bunduki ambayo ilikuwa imetundikwa ukutani na kuipenyeza dirishani. Ishmaili, aliyekuwa anaingojea, alikuwa ameidakia na kuondoka haraka.

Huku akijifanya hajatenda lolote, Fadhili alikuwa amemfuata mama yake kwa

unyenyekevu wa kujitia.

"Mama," alikuwa amemwambia, "Nataka kwenda kumsalimia mjomba."

Mama alikuwa ameacha kupepeta ungo na kumtazama.

"Leo ndio unamkumbuka mjomba wako?" alikuwa amemuuliza.

"Namkumbuka sana mjomba, mama," Fadhili alikuwa amejitetea kijanja. "Nikamwambie nini?"

"Msalimie yeye na wanawe," Mama alikuwa amesema na kuirudia kazi yake.

Fadhili alikuwa amemkuta Ishmaili chini ya mwembe kama walivyokubaliana. Kisha wote wakamkuta Juma mtoni. Fadhili alikuwa ameibeba bunduki ya babake tayari kwenda uwindaji.

Walikuwa wameanza safari yao, na muda si muda walijikuta wakipita kwenye matope, vichaka na kuvuka mito kadhaa. Kwa muda wa masaa mawili walipanda vilima virefu bila kupumzika. Walipofika katika kilele cha mlima, walikuwa wameliona bonde refu lenye nyasi za kijani.

"Hilo ndilo bonde ambalo mama hunipa hadithi zake kila mara," Juma alikuwa amewaambia wenzake. "Ninasikia watu wengi wamefia huko wakiwa katika shughuli za uwindaji. Ni afadhali turudi."

Maneno hayo yalimshtua Fadhili.

"Unapaswa kuwa jasiri," alikuwa amemwambia Juma. "Wewe ndiye uliyekuwa na kimbelembele tuje huku. Sasa woga wa nini?"

"Hapana, Fadhili," Juma alikuwa amesema. "Mwili wangu hunionya panapokuwa na uwezekano wa hatari. Narudi nyumbani."

"Sikiliza Juma," Ishmaili alikuwa amedakia. "Haifai kuogopeshwa na porojo za kijiji. Hao wanaosemekana walikufa walifia wapi?"

"Bonde hili hili," Juma alikuwa amejibu.

"Kama unarudi, rudi," Ishmaili alikuwa amesema. "Sisi tunaendelea mbele."

"Usifanye haraka, Juma," Fadhili alikuwa ameongeza. "Huko bondeni kuna mito mingi. Una hakika gani kuwa ndilo bonde linalozungumziwa kijijini?"

"Ninayo hakika," Juma alikuwa amesema na kuanza safari ya kurudi.

Fadhili na Ishmaili walijitia ujasiri na kuanza kuteremka mlima taratibu wakielekea bondeni.

3

Wawindaji Haramu

Hassan Ngunda, mkuu wa kikosi cha walinda wanyamapori, aliendelea kujiuliza maswali baada ya kuikosa bunduki yake. Aliogopa kufanya papara kwa vile angeweza kujiharibia kazi yake kama angepiga ripoti kwa polisi ama kuwauliza wasaidizi wake, Enock na Shakedi.

Majina ya maadui ambao wangeweza kuwa ndio waliomwibia bunduki yalimpita akilini. Jina la Mlilwa Massawe, mtu wa miraba minne, lilimjia. Ndiye waliyekuwa wamekosana karibuni. Juu ya hayo, mienendo yake ilizusha maswali mengi kuhusu tabia yake.

Massawe alikuwa hodari wa kuwaongoza watalii mbugani. Kwa juhudi zake mwenyewe aliwatafuta watalii katika mikahawa iliyokuwa viungani mwa mbuga hizi na kuwashawishi wafike Tsavo Magharibi.

Kwa ajili hiyo, Massawe alikuwa mgeni wa kawaida nyumbani mwake Hassan Ngunda. Uhusiano wao haungesemekana kuwa wa masikizano mema. Hassan alikumbuka hasa siku moja walipokuwa wamekaripiana.

"Bwana Massawe, unaonyesha una njama za kuihujumu hifadhi hii ya Taifa," Hassan alikuwa amemshtaki baada ya kutilia shaka mienendo yake.

"Kwa nini unasema hayo?" Massawe alikuwa ameuliza kwa hasira.

"Kuna sababu nyingi," Hassan alikuwa ameeleza. "Kuna wageni wengi wanaofika kwako. Sisi sote hatujui watu hao wanafuatilia nini."

"Unashangaa mtu kupata wageni?" Massawe alikuwa ameuliza kwa bezo. "Mimi najuaje kuwa wageni huja kwako? Au unataka kunizungusha juu ya kina Smith, wale watalii kutoka Afrika Kusini?"

"Inaonekana kina Smith wamekula njama na wewe," Hassan alikuwa ameshtaki. "Naelewa kuwa walikupa fedha kununulia bidhaa za wanyama ambazo ni mali ya serikali."

"Uongo!" Massawe alikuwa amefoka. "Nani aliwaruhusu kuondoka na pembe mbili za tembo ikiwa si wewe?"

"Acha ubabaishaji, Massawe," Hassan alikuwa amemwambia. "Sisi tunafuatilia sana nyendo zako. Kumbuka kuwa hifadhi ya wanyama siyo mali ya mtu binafsi bali ni mali ya taifa zima. Ipo siku hila zako zitakwisha."

Tangu siku ile Massawe hakuwa amefika tena kwake Hassan Ngunda. Siku tisa zilikuwa zimepita bila wao kujuliana hali. Hapakuwa siri yoyote kuwa matamshi yake Hassan yalikuwa yamemkasirisha mwenzake. Ndio maana Hassan alishuku huenda kupotea kwa bunduki kulikuwa njama zake Massawe.

Hassan Ngunda alitambua wazi kuwa Massawe alikuwa mjanjamjanja. Mara nyingi alikuwa amejaribu kumshawishi apokee pesa kutoka kwa watalii ili awape ruhusa kuwinda bila idhini. Alikuwa amekataa, jambo ambalo alilishuku kuwa limechangia uadui wao.

Lakini bila yeye kujua, mambo mengi yalikuwa yakifanyika kinyume. Wakati huo kulikuwa na majangali watatu walioishi katika pango kubwa la mbuga ya Tsavo Magharibi, wote wakiwa wageni wake Massawe.

Majangili hao kwa majina Valeri, Kose na Bernard, walikuwa wamejificha katika pango kubwa na refu. Lengo lao lilikuwa ni kuwaua tembo na kutoroka na vipusa vyao.

Njia moja walioitumia ni kutia sumu katika maji ya mto uliopitia katikati mwa mbuga hii ili kuwaua tembo. Kisha wangechukua pembe zao kwenda kuziuza katika soko za magendo. Wangewakatakata tembo waliokufa na kuificha mizoga yao pangoni.

Majangili hao walikuwa wamefanya uhaini huo kwa wiki mbili. Walikuwa wafanyabiashara haramu na walijua lilipo soko la vipusa na ngozi za wanyama wengine. Tayari walikwishawaua tembo ishirini na wanane. Pia walishawaua chui kumi na kuchukua ngozi zao. Lakini mali zao zote zilikuwa bado pangoni, ambako walijificha mchana kutwa. Mtu pekee aliyewapelekea chakula alikuwa Massawe.

Hawakuwa na silaha yoyote pangoni. Massawe alikuwa amewashauri wasiende mbugani na bunduki bali waziache kwake.

"Unajua huyu Hassan anaringa sana," Massawe alikuwa amewaambia maharamia rafiki zake kabla ya kuanza safari ya mauaji ya wanyama. "Nimembembeleza sana achukue pesa awaruhusu mfanye mlitakalo lakini amekataa."

"Achana naye," Valeri alikuwa amesema. "Sisi hatukuanza ujangili leo hii. Anafikiri ukaidi wake utatuzuia kuvipata vipusa kwa njia zetu?"

"Hatushindwi!" Bernard alikuwa amejigamba. "Fanyeni upesi tukapeleleze ni wapi tutaweka maskani mbugani."

"Hilo lisiwape taabu," Massawe alikuwa amewahakikishia. "Mimi ndiye mwenyeji wenu. Naijua mbuga ya Tsavo Magharibi kama ninavyoujua mkono wangu. Lakini tukubaliane jambo moja."

"Lipi?" Valeri alikuwa ameuliza.

"Endapo mtatumia bunduki, mtakamatwa," Massawe alikuwa amewaonya.

"Sasa tutapataje vipusa bila kutumia bunduki?" Valeri alikuwa ameuliza.

"Ni rahisi sana," Massawe alikuwa amejibu. "Nitawapa sumu. Nitawaelekeza sehemu wanapokunywa maji wanyama. Kila siku mtawaona tembo wakiruka na kujipigiza ardhini."

"Sasa tutaziacha wapi bunduki zetu?" Valeri alikuwa ameuliza.

"Hapa kwangu," Massawe alikuwa amewaambia. "Hapa kwangu ni salama tosha."

Majangili hao walikuwa wamesaidiwa na Massawe hadi walipofanikiwa kujipatia vipusa. Baada ya kufaulu kwao walimwelekeza Massawe apige simu Nairobi ili siku ya Jumapili gari lifike na kupakia vipusa.

Wakati Fadhili na Ishmaili walikuwa wanaelekea bondeni, majangili nao walikuwa wanasuburi usiku ufike ili Massawe awasili na gari. Walikuwa wamehakikishiwa kuwa

Landrova kutoka Nairobi ingefika nje kidogo ya Tsavo Magharibi saa moja jioni. Massawe angempokea dereva nje ya kijiji na kutumia njia za porini hadi sehemu yenye pango la vipusa.

4

Kuharibiwa Jina

Jioni ilimkuta Hassan Ngunda katika hali ya unyonge mwingi. Bado alikuwa hajawaeleza wenzake, Enock na Shakedi ambao walikuwa ofisini, habari za kupotea kwa bunduki yake. Sasa zilikuwa saa za kuelekea nyumbani. Aliingurumisha Landrova yake rasmi na kuanza safari. Lakini kabla ya kufika kwake, aliamua kuondoa dukuduku kumhusu mwanaye Fadhili na bunduki. Alilipindua gari na kuelekea kwa ndugu ya mkewe ambaye alikuwa mjombake Fadhili.

"Karibu sana shemeji," mjomba wake Fadhili alimpokea. Kwa jina aliitwa Antoni.

"Ahsante shemeji, samahani nimekuja jioni," Hassan alisema.

"Bila samahani shemeji," Antoni alisema. "Habari za kwenu?"

"Sisi hatujambo," Hassan alijibu. "Kwani mpwao hajakueleza kuwa hatujambo?"

"Mpwa wangu yupi tena!?" Antoni aliuliza kwa mshangao.

"Kwani Fadhili hajafika huku?" Hassan aliuliza badala ya kujibu. "Mbona ameaga nyumbani kuwa amekuja huku!"

"Fadhili hajafika hapa," Antoni alisema. "Lakini hebu niulize ndani, maana mimi nimeshinda shambani."

Maimuna, mkewe Antoni, alikuwa ameusikia mlio wa gari. Aliposikia sauti ya Hassan alikuwa anajiandaa ili atoke amsalimie. Lakini alijibanza kidogo mlangoni baada ya kusikia habari zenye utata juu ya Fadhili. Ndio maana walikuwa karibu kugongana wakati mumewe alipokuwa akikiingia chumba.

"Tumepata mgeni huku," Antoni alimwambia huku akimvuta kwa mkono kuelekea chumba cha maankuli.

Maimuna alitabasamu na kusalimiana na Hassan Ngunda. Kisha Hassan alimuuliza habari za Fadhili.

"Mbona hajafika hapa!" Maimuna naye alisema kwa kimako,

"Ni hivi shemeji," Hassan alianza. "Nakwambia habari hizi kwa vile wewe ni mtu mzima. Pia ni mtu unayenihusu."

"Habari zipi tena?" Antoni aliuliza kwa hamu kubwa.

"Leo hii nimepatwa na mkasa mkubwa," Hassan alieleza. "Bunduki yangu imechukuliwa na mtu asiyejulikana. Salima, mke wangu, na Ketu mwanangu walikuwapo nyumbani nao hawakumwona mtu yeyote."

"Pole sana shemeji," Antoni alijikuta ameshasema.

"Sasa basi," Hassan aliendelea. "Baada ya kumkosa Fadhili huku, naamini ni yeye aliyechukua ile bunduki."

"Lakini," Antoni aliuliza kwa kusitasita, "mtoto mdogo kama Fadhili aipeleke wapi bunduki?"

"Inawezekana," Hassan alisema. "Ndio maana amedanganya kuwa anakuja huku. Kila mara Fadhili huwa na maswali mengi kuwahusu wanyamapori."

"Basi kama ni hivyo, bunduki itakuwa salama tu," Antoni alisema.

"Sidhani," Hassan alisema. "Panaweza kuwa na hatari kubwa. Najuta kuziacha risasi tano katika bunduki. Na mtoto hajui matumizi ya bunduki eti."

"Ingefaa uende nyumbani upesi," Antoni alisema. "Huenda Fadhili amerudi na bunduki. Kama sivyo wahitaji kuchukua hatua za dharura."

Hassan Ngunda aliwaaga Antoni na Maimuna kisha akalitia moto gari hadi kwake.

Njiani aliwaza mambo mengi, hasa mazungumzo aliyokuwa amefanya na Fadhili.

Mara nyingi Hassan alijikuta akimweleza Fadhili vituko vya ujasiri dhidi ya wanyamapori.

"Kwa nini una bunduki na hutaki kuwinda?" Fadhili alikuwa amemuuliza siku moja.

"Sababu sheria hainiruhusu," Hassan alikuwa amemjibu. "Naruhusiwa tu kuua mnyama aliyejeruhiwa na majangili au wawindaji. Kadhalika naruhusiwa kuua

wanyama wanaowavamia wanavijiji."

Vilevile alikuwa amemweleza mwanaye siri nyingi za wanyamapori. Alimfahamisha juu ya wawindaji haramu wanaochukua vipusa vya tembo, kucha na mioyo ya simba, ngozi za pundamilia, pembe za vifaru na viungo vingine vinavyouzwa kwa fedha nyingi kwenye soko haramu.

Sasa Hassan alihofia kuwa baada ya mwanawe kusikiliza habari za wanyamapori, huenda alikuwa ameamua kuzihakikisha kwa kutembea mbugani pekee.

Wakati fulani alikuwa ameongozana na Fadhili kwenye misafara ya watalii. Lakini wakati huo alikuwa bado mdogo sana. Hassan alihofia kuwa huenda mwanawe amejiona tayari mahiri kwa uwindaji.

Kwa mara ya kwanza alijiuliza ni kiasi gani alimfahamu mwanawe. Kwa muda hakupata jawabu. Aliendelea kuliendesha gari polepole, akiyaepa mashimo yaliyotapakaa hapa na pale.

Ghafla alikumbuka kuwa Fadhili alikuwa na marafiki wawili kwa majina Juma na Ishmaili.

Hassan alimjua baba yake Ishmaili ambaye alikuwa mfanyabiashara maarufu. Pia alifahamu kuwa baba yake Juma alikuwa marehemu baada ya kupatwa na ajali ya barabara.

Mara baada ya kurejea kwake, akiwa ameyawaza mambo mengi njiani, Hassan alimfahamisha mkewe habari kumhusu Fadhili. Salima, hali kadhalika Ketu, walipigwa na butwaa.

"Jambo hili sasa limechukua sura nyingine," Hassan alisema. "Hakwenda kwa mjomba wake. Hivi sasa natoka huko."

"Kweli?" mkewe alipigwa na butwaa.

"Huyu Fadhili ni mtundu sana," Ketu naye alisema. "Amekwenda wapi tena?"

"Huenda ni yeye aliyechukua bunduki," Hassan alisema. "Kama ameshawishiwa na maadui zangu, sijui tena. Lakini huyu mtoto ana marafiki zake. Ketu, hebu kimbia kwa kina Ishmaili na Juma kaulize habari zao."

"Hilo ni wazo zuri sana," mkewe alisema.

Ketu alitimua mbio. Alimwonea huruma sana baba yake. Hakufurahishwa na unyonge wake.

Alifika nyumbani mwa akina Ishmaili kwanza. Akaambiwa Ishmaili hakuwepo tangu asubuhi. Akaenda upesi kwa kina Juma ambako alishangaa kuwaona watu wengi wameketi nje ya nyumba yao.

Bila kuelewa kwa nini, alijikuta anakimbia kuelekea walipoketi.

Mtu wa kwanza aliyemtambua alikuwa ni Massawe, yule mwongoza-watalii wa miraba minne aliyekuwa msaidizi wa babake. Ketu hakumwona Juma, akaamua kumsikiliza Massawe.

"Ataipata sasa," Massawe alikuwa akisema. "Hassan anajifanya askari shupavu, sasa mwanawe kamuibia bunduki. Lazima kutatokea balaa." Uso wake ulionyesha furaha alipokuwa akisema hili.

"Lakini sio kosa la Hassan," mtu mmoja alisema. "Ni kosa la mwanawe."

"Ni kosa la Hassan," Massawe alisisitiza. "Aliwekaje ovyo silaha wakati yeye ni askari?"

Ketu aliumizwa sana na maneno hayo. Vile Massawe alivyoongea kulionyesha mambo hayakuwa mema. Hakutaka kumuuliza ni kipi kilikuwa kimetokea.

Mara alimuona Juma akitoka kupitia

mlango wa kando. Alimfuata.

"Juma," Ketu aliita.

"Unasemaje?" Juma aliuliza akionyesha kutoshughulika.

"Nakuuliza Fadhili yuko wapi?"

"Mimi sijui," Juma aliruka. "Walikuwa na Ishmaili. Labda wamekwenda mawindoni."

Ketu aliposikia hayo hakusubiri. Alirudi mbio hadi kwa baba yake.

"Baba! Baba!" aliita kwa shauku.

"Nini?" baba yake aliuliza.

"Nimewakuta watu wengi kwa akina Juma," Ketu alisema. "Massawe naye yuko huko. Wanasema Fadhili kakuibia bunduki!"

"Mama yangu we!" Hassan alitoa usiahi, akijisikia kuanguka. "Masikini mie!"

5

"Walikuwa na Ishmaili. Labda wamekwenda mawindoni."

Kuvamiwa na Simba

Baada ya Juma kuchagua kurudi nyumbani, Fadhili na Ishmaili walikuwa wametembea peke yao kuelekea katikati mwa mbuga. Baada ya kutembea kwenye tambarare yenye majani mafupi, sasa walikuwa wanapita kwenye miti mirefu kiasi iliyowapita kimo.

Upepo mkali ulianza kuwapiga. Kabla jua halijazama waliweza kuona theluji kwenye kilele cha Mlima Kilimanjaro. Ingawa tumbo ziliwasokota, walijikakamua wakiwa bado na ari kubwa. Muda si muda walikuwa wametokeza tena katika tambarare yenye nyasi fupi.

Ghafla, mngurumo wa kutisha uliipasua hewa. Kwa nukta kadhaa vijana wote wawili walisimama huku mioyo yao ikiwaenda mbio. Kisha Fadhili aliukimbilia mti mkubwa uliokuwa karibu huku Ishmaili akimfuata. Mngurumo ulisikika tena, mara hii kwa karibu zaidi.

"Hatari!" Ishmaili alisema akimgeukia

Fadhili. "Fyatua risasi!"

Fadhili alisita. "Ni simba na amepita," alisema. "Hapana haja ya kufyatua risasi. Tushuke!"

"Mimi siwezi kushuka mpaka umuue simba," Ishmaili alisisitiza.

"Simwoni. Mimi nitashuka," Fadhili alisema akiongoza kuteremka kutoka kwa mti. Lakini kabla hajateremka hatua mbili, mngurumo wa simba ulisikika tena kwa karibu zaidi. Simba jike alikuwa anaukaribia mti huku akizinusa nyayo zao zilipopitia!

Fadhili aliikamata bunduki na kuielekeza kwa simba huyo. Akafyatua risasi. Simba alitoa mngurumo mkubwa, akajitupa juu na kuanguka chini kwa mshindo mkubwa. Alikufa palepale.

"Nimemweza!" Fadhili alijisifu.

"Umemchapa risasi shingoni," Ishmaili alikubali. "Ni jaribio lizuri!"

"Sasa tushuke basi," Fadhili alisema. Alijawa na furaha kwa kumuua simba ingawaje wazo lilimpita kuwa amemkosea baba yake.

Simba alitoa mngurumo mkubwa, akajitupa juu na kuanguka chini kwa mshindo mkubwa. Alikufa pale pale.

Lakini kabla hawajaanza kuteremka tena, walifikiwa na sauti za aina nyingine. Kuangalia, waliwaona simba watatu wakiukimbilia mti huo huku pua zao zikiwa juu juu. Walimnusa mwenzao kwa hasira na kutazama juu, kisha wakatoa mngurumo wa kutisha sana.

Fadhili na Ishmaili walijishikilia kwenye matawi ya mti huo huku wakitetemeka.

Simba waliuzunguka mti huo bila kuchoka. Vijana walikuwa kama wako kifungoni.

Dakika zilibadilika kuwa masaa. Simba bado walikatalia chini ya mti. Ishmaili na Fadhili walitetemeka wakazoea.

Akiwa mtini, Fadhili aliyakumbuka mambo mengi aliyoelezwa na baba yake kuwahusu wanyama. Baba yake hakuchoka kumwambia kuwa wanyama wanaweza wakapendeza kwa uzuri na maajabu ya Mungu. Ingawa walitisha, simba waliokuwa chini ya mti walivutia kwa maumbile yao.

Kwa mara ya kwanza tangu aiibe bunduki

ya babake asubuhi hiyo alijiona mhalifu. Woga wake ulimfanya awaze hayo upesi. Aliikamata vizuri bunduki huku akiwaza jinsi alivyompiga simba aliyekufa risasi.

Jambo kuu lililokuwa likimsumbua Fadhili ni vile angepokelewa kwao pale atakaporudi. Ishmaili naye aliwaza jinsi familia yake ingekuwa na wasiwasi kumhusu.

"Labda Juma amekwishatoboa siri yetu," Ishmaili alisema kwa sauti ya chini. "Nahofia sana hali ya nyumbani."

"Hata mimi nadhani hivyo," Fadhili alisema. "Lakini tutafanyeje wakati maji tulishayavulia nguo? Hatuna budi kuyaoga."

"Hivi unajua tuna risasi ngapi?" Ishmaili aliuliza.

"Sijui," Fadhili alisema. "Ndio maana nasita kufyatua bunduki. Simba hawa ni watatu. Labda tukiwaua watatokea wengine."

"Sasa lipi bora? Kuwaua au kubaki juu ya mti?" Ishmaili aliuliza.

"Subiri kwanza," Fadhili alisema. "Huenda

wakaenda zao."

Hali iliendelea kuwa hivyo hadi giza lilipoanza kutanda. Simba wale hawakuondoka pale wala hawakuacha kunguruma.

"Fadhili, ulifanya kosa kubwa sana," Ishmaili alisema. "Kwa nini hukuleta kurunzi au kisu au kitu kikali au hata

mawe? Tungeweza kuwarushia simba hawa na pengine wangeondoka."

"Tulikuwa na haraka," Fadhili alijitetea. "Nia yetu ilikuwa ni kupata bunduki tu. Hatukujua kuwa kurunzi ingesaidia wala hatukujua kuwa usiku ungetukuta huku."

Majadiliano hayo yalikuwa kiini cha wao kuielewa hatari iliyowakabili. Sasa wote waliamini kuwa kifo kilikuwa machoni pao. Walianza kujuta kwa nini walimuua simba jike. Sasa angewafanya simba wenzake walipize kisasi.

"Huenda baba ameshajua bunduki haipo," Fadhili alisema kwa matamanio. "Pengine wameamua kutufuata porini. Hiyo ndio salama yetu maana sasa siwezi kufyatua risasi. Simba siwaoni wala hatuwezi kuteremka gizani."

Ishmaili hakusema kitu. Woga ulikuwa umemzidi maarifa.

6

Spekta Salinga

Habari kuwa mtoto wa Hassan Ngunda, Askari Mkuu wa Wanyamapori, ndiye aliyetoweka akiwa na bunduki ya serikali iliyomilikiwa na baba yake, zilienea upesi. Sasa Hassan hakuwa na la kufanya ila kulikabili suala hilo moja kwa moja.

Alikutana na askari wasaidizi wake, Enock na Shekedi, ambao baada ya kupata fununu hizo, walikuwa wameamua kumsaidia mkubwa wao.

"Pole sana bosi," Enock alisema. "Sijui kama hizi habari juu ya Fadhili zina ukweli wowote."

"Lazima tuamini hivyo," Hassan alisema. "Nasikia Massawe anaendesha kampeni kali dhidi yangu."

"Ni kweli bosi," Shekedi naye alisema. "Lakini jambo hili lisikupe taabu. Hakuna asiyefahamu uchapaji kazi wako. Ujue hivi sasa baada ya kupandishwa cheo kila mtu anakuonea wivu."

"Kabisa," Enock aliongeza. "Jambo la

msingi ni kuachana na fitina za watu. Bado tunayo nafasi nzuri ya kuwasaka akina Fadhili na kuipata bunduki."

Wote watatu walikubaliana kuwa msako wa vijana hao wawili usingojee zaidi. Walikubaliana kuichukua Landrova na kuitalii mbuga nzima ya Tsavo Magharibi huku wamejihami kwa silaha. Gari lilikuwa na hitilafu dogo, na Hassan alianza kulitengeneza mara moja.

Huku Hassan na walinzi marafiki walipokuwa wakipanga jinsi ya kuwatafuta Fadhili na Ishmaili, Massawe alikuwa akieneza chuki yake. Maneno mengi ya kashfa yalimtoka mbele za watu. Alizidi kuwa na wazo baya akilini mwake, kuwa ni bora kutoa taarifa kwa polisi juu ya kupotea kwa bunduki ili Hassan na mwanawe washtakiwe. Alitaka watu waamini kuwa Hassan ni mla rushwa aliyewalaghai watu kuwa anaifanya kazi yake kwa uaminifu.

"Vipi serikali iajiri mla rushwa?"

aliwauliza watu wengi. Alidanganya kuwa mara kadhaa Hassan alikuwa amepokea fedha kutoka kwa Wazungu na kuwaachia wafuje wanyama na vipusa."

Lakini mambo mawili yalimzuia Massawe

asiende polisi. Kwanza, alijua hana ushahidi juu ya aliyokuwa akieneza kumhusu Hassan Ngunda. Pili, alihofia endapo polisi wangeamua kwenda mbugani lingekuwa jambo la hatari kwa wale majangili wenzake waliokuwa na ngozi za chui na vipusa katika pango.

Leo alikuwa akilitarajia gari maalum kuja kuibeba mizigo haramu ya rafiki zake iliyokuwa katika pango. Baada ya hapo hatari ya polisi kuingia katika mbuga ingeisha upande wake. Hapo ndipo angeripoti kumhusu Hassan na bunduki ya serikali iliyopotea.

Mawazo haya yalimjia alipokuwa madukani akieneza uvumi kumhusu Hassan. Aliponyoka ghafla na kuwaacha wasikilizaji wake wameduwaa. Akadandia baiskeli na kuondoka.

Kama alivyotarajia, gari lilikuwa linamsubiri nje ya kijiji. Akaingia kando ya dereva na kumwelekeza kupitia njia za mafichoni kuingia mbugani. Gari liliendeshwa kwa kasi lakini bila kuwasha mataa ingawa jioni ilikuwa imeingia.

Dereva huyo aliitwa Makombo. Alikuwa mmoja kati ya majangili sugu aliyekuwa akipewa kazi ya kubeba mizigo haramu.

"Sioni ugumu kama kule Serengeti," Makombo alijigamba. "Mashimo na vilima siyo mengi huku."

"Endesha gari upesi," Massawe alielekeza. "Tunahitaji kuibeba shehena yetu kabla hatujafumaniwa."

Hata ingawa hakuna mtu aliyepiga ripoti rasmi, kuenea kwa habari za kupotea kwa bunduki kuliwafanya polisi wapate kujua juu ya kupotea kwa Fadhili, Ishmaili na bunduki. Wakati huo Hassan na wenzake walikuwa wakilitengeneza gari ili waianze safari ya kuwatafuta watoto. Mara askari wawili walifika kwake.

"Samahani bosi," polisi mmoja alisema. "Unahitajika kituoni upesi."

"Sawa," Hassan Ngunda alisema kwa unyonge. Hofu aliyokuwa nayo ilimfanya ashindwe kabisa kutengeneza gari.

Akaifunga boneti.

"Nipelekeni," aliwaambia wasaidizi wake.

Kundi kubwa la watu waliokuwa wamewaona polisi wakimchukua Hassan Ngunda liliwafuata hadi kituo cha polisi.

Mama yake Ishmaili alikuwa katika kundi

hilo. Alilaani kitendo cha mtoto wake kuungana na Fadhili. Alikuwa ndiye mtoto wake wa pekee. Isitoshe, baba yake alikuwa safarini.

"Vile hawa watoto hawajarudi mpaka sasa, sijui kama wako salama," alikuwa akilalamika. "Watu wazima wameliwa na simba huko huko. Wao watakuwaje salama?"

Watu kadhaa nao waliongeza maoni yao. Waliamini kuwa huenda Fadhili na Ishmaili wamevamiwa na simba.

Spekta Salinga ndiye aliyemhoji Hassan Ngunda. Wote wawili walifahamiana na kuheshimiana sana. Lakini kazi ya polisi si ya binafsi, bali ni ya taifa zima. Spekta Salinga aliongea bila tabasamu au kuonyesha kujuana.

"Hassan, kwa nini hukuripoti kupotea kwa bunduki yako?" aliuliza akimwangalia Hassan Ngunda usoni.

"Sikukumbuka hayo Bwana Spekta," Hassan alijibu. "Nimechanganyikiwa."

Spekta Salinga alichukua maelezo yote, tangu desturi ya Hassan katika kuhifadhi silaha hadi vile alivyogundua imetoweka. Kazi hiyo ilichukua muda mrefu kwa vile Spekta Salinga aliandika taratibu na aliyarudia maswali yake hadi akayapata majibu sahihi.

Wakati mahojiano haya yakiendelea katika kituo cha polisi, gari lake Makombo lilikuwa limewasili kwenye pango lilimofichwa shehena ya majangili. Valeri na wenzake walimsifu Massawe kwa kutimiza ahadi.

Taratibu vipusa na ngozi za chui zilipakiwa katika gari kisha zikafunikwa kwa hema.

"Upesi, upesi!" Massawe aliwahimiza. "Itabidi mchunge jinsi mtakavyoendesha gari kutoka mbugani. Msitumie taa hata kama ni usiku. Huenda ikatokea hatari kubwa."

Kisha aliwasimulia juu ya kupotea kwa bunduki ya mlinzi mwenzake. Aliwaonyesha hatari ya polisi kutokea wakati wakiwatafuta vijana waliopotea.

Wakati mizigo yote ilikuwa imepakiwa, majangili walimuaga Massawe. Alitabasamu alipopewa bunda la manoti kwa nafasi aliyoitimiza katika hila hizi. Valeri naye alisema, "Kesho asubuhi tutakuwa Nairobi. Tutajipatia mamilioni ya fedha."

"Bila shaka!" dereva Makombo naye alisema.

7

Kufumaniwa

Fadhili na Ishmaili walikuwa bado wamejibanza juu ya mti. Giza totoro lilikuwa limeingia na hawakujua kama simba waliotaka kuwavamia walikuwa bado chini ya mti.

Mara waliusikia mlio wa gari mahali sio mbali na walipokuwa. Pia waliweza kuona miale ya mwanga bondeni. Kiwewe kiliwashika, na kwa muda waliangalia tu wakiwa kimya.

"Tumeokolewa!" Ishmaili alisema hatimaye. "Tena sidhani kama simba bado wapo. Siisikii mingurumo yao."

"Hawako," Fadhili alisema. "Mbalamwezi inaanza kutoka na siwaoni. Twende upesi kule bondeni ili walio na gari lile watuone."

"Hapana," Ishmaili alipendekeza. "Ngoja

kwanza turushe vijiti chini. Huenda simba wangali wamejificha wakitungoja."

Ishmaili alikata vijiti kadhaa kutoka kwa matawi. Akavirusha mfululizo chini kimoja baada ya kingine. Hawakusikia sauti yoyote ile. Ndipo wakapata ujasiri na kushuka upesi.

Pale waliposhuka tu waliusikia mlio wa gari tena. Mara hii ilikuwa ikiondoka. Kabla hawajang'amua ilikuwa ikielekea upande gani, Fadhili aligeuka na kukutana jicho kwa jicho na simba mmoja aliyewafuata. Mwanga wa mbalamwezi ulimsaidia kumuona, la sivyo simba angekuwa amemrukia. Aliishika bunduki kwa mikono iliyokuwa ikitetemeka na kufyatua risasi mfululizo. Simba alilalama risasi zilipompata, akaruka juu, kisha akaanguka chini kwa kishindo.

Kimya kikuu kilifuata, na hata mlio wa lile gari haukusikika tena.

Fadhili na Ishmaili hawakujua kuwa zile risasi ambazo hazikumpata simba zililifikia lile gari la majangili. Tairi zote za nyuma zilipasuka. Valeri na wenzake wakashikwa na woga, wakifikiri ni askari wanyamapori. Wakakimbia na kujificha pangoni.

Dereva Makombo alijaribu kuliondoa gari, lakini hakuenda mbali. Liliteleza kwa mtaro uliokuwa na maji, likaanguka na kulalia ubavu.

"Tumekwisha!" Massawe alipiga kelele. "Zetu zimefika mwishowe!"

Wakati majangili wakijificha pangoni, sauti ya majani yakitingishwa iliwafikia Fadhili na Ishmaili. Alipogeuka, Fadhili alishangaa kumuona Ishmaili amepanda tena mtini. Punde si punde alimuona simba aliyekuwa mbio akielekea kwao. Akafyatua risasi lakini bunduki haikutoa mlio. Risasi zilikuwa zimekwisha!

Fadhili aligeuka na kukimbia. Alimfuata Ishmaili na kupanda mtini. Ilikuwa nusura simba aung'ate mguu wake. Hata bunduki ilimpokonya ikaanguka chini.

Mngurumo wa simba ulienea msituni. Hata kina Massawe walitetemeka mle pangoni. Hakuna aliyejaribu kuchungulia nje kwa hofu ya simba.

Valeri na majangili wenzake walikuwa wameliziba pango lao kwa mlango wa chuma.

Lakini kwa kuwa hawakuwashambulia simba, wanyama hao hawakuwa wamewavamia siku zote hizo walizokuwa wakiendesha shughuli zao haramu katika mbuga ya Tsavo Magharibi.

"Tulizana," Valeri aliwaambia wenzake. "Watazunguka kisha wataenda zao. Isitoshe, hawawezi kutufikia humu."

Majangili wengine hawakusema kitu. Kama vile Fadhili na Ishmaili walivyozibana pumzi zao, ndivyo nao walivyotulizana wakiwa na hofu tele.

Spekta Salinga aliondoka kituoni akiwa ndani ya Landrova ya polisi. Askari wanne, pamoja na Hassan na wenzake, vilevile waliingia kwenye gari hilo la polisi.

"Chukueni kurunzi," Spekta Salinga aliwakumbusha polisi wenzake kabla hawajaondoka.

Gari la polisi lilikwenda kasi. Lilifuata njia walizopita watalii. Hivyo, baada ya dakika ishirini tu, waliingia mbugani.

Wakati huo huo, Fadhili na Ishmaili walikuwa

juu ya mti walikokimbilia usalama. Simba naye alikuwa akizungukazunguka chini ya mti.

"Tazama taa zile," Fadhili alisema ghafla alipoona taa za gari ambalo halikutambulika kwenye giza. "Sasa wanatufuata. Lazima liwe ni la polisi. Labda walidhani ni majangili ndio maana walitulizana."

"Tupige kelele," Ishmaili alimshauri mwenzake.

"Nakubali, lakini subiri gari likaribie," Fadhili alisema.

Gari sasa lilikuwa linaendeshwa taratibu huku polisi na askari pori wakichunguza pande zote. Ghafla Spekta Salinga aliliona gari lililolala kwa ubavu mmoja. Nyuma yake aliziona pembe za ndovu zikitokeza waziwazi chini ya hema.

"Tazama vizuri!" alimwambia Hassan Ngunda. "Kuna majangili humu mbugani!"

"Ni kweli," Hassan alisema. "Lile ni gari, na zile ni pembe. Kuna hatari!"

"Askari kaeni tayari!" Spekta Salinga aliamuru.

Gari lilikuwa karibu na akina Fadhili. Lakini halikuelekea upande wao. Badala yake lilielekea pangoni sio mbali na hapo.

"Leo ni leo," Massawe alisema aliposikia mngurumo wa gari. "Hilo ni gari la polisi bila shaka. Tumegundulika jameni. Tazama mwanga wa kurunzi zao umetua kwenye gari letu!"

"Kaza moyo!" Valeri alimwambia kwa hamaki. "Kazi hii ni gumu na hatari. Kosa kubwa ulilifanya wewe. Tungelikuwa na bunduki tungepambana nao. Sasa hatuna la kufanya."

"Kweli tumefanya makosa kuziacha nyuma," Massawe alikubali.

Alipoona gari limeelekea kando na walipokuwa, Fadhili alishindwa kuvumilia tena. Akaanza kupiga yowe.

'Tuko huku!" alisema kwa sauti. 'Tuko upande huu, na tumo hatarini!"

Lakini kwanza walishuka na kulizunguka gari lilioanguka na shehena yake.

Spekta Salinga na wenzake walisikia mayowe hayo. Lakini kwanza walishuka na kulizunguka gari lilioanguka na shehena yake. Halafu wakamulika kurunzi upande wa kina Fadhili. Wakagundua kuwa sauti ilitoka juu ya mti.

"Ndio watoto hao bwana," Spekta Salinga alisema. "Bila shaka wamepata matatizo chungu nzima. Huenda majangili yamewanyang'anya ile bunduki."

Kauli hiyo ilimfanya Hassan aheme upesi upesi. Akapiga moyo konde na kusubiri.

Kwa bahati, simba wote walikuwa wameshakimbia. Mngurumo wa gari na taa zilikuwa zimewashtua.

Wakati huo huo kukurukakara ilisikika upande wa kushoto. Askari wote waligeukia palipokuwa na pango na kumulika kwa kurunzi zote.

Hassan Ngunda aligundua mlango wa lile pango. Alilifahamu vyema na alishangaa si haba alipouona ule mlango wa chuma.

"Spekta Salinga," aliita, "hebu tazama huu

mlango wa chuma. Huenda majangili wako humu. Huu mlango ni mgeni machoni pangu!"

Spekta Salinga alivutiwa na kauli hilo lake Hassan. Akaamuru askari wausukume mlango. Punde si punde ulianguka upande wa ndani. Mwanga wa kurunzi ukawagundua wale majangili. Bunduki nne zikaelekezwa kwao.

"Piga risasi hewani." Spekta Salinga aliamuru.

Askari mmoja alifyatua risasi.

"Mko chini ya ulinzi!" Spekta Salinga alifoka. "Tokeni mmoja mmoja. Atakayeleta fujo atakiona cha mtema kuni."

Majangili hawakuwa na la kufanya. Wakaanza kutoka mmoja mmoja chini ya ulinzi mkali.

"Ha! Massawe!" Hassan alipiga yowe askari pori mwenzake alipotokeza akiwa kwenye genge la wahalifu. "Umekwisha safari hii. Unaniharibia sifa kumbe mhalifu ni wewe!"

Massawe alitamani ardhi ipasuke aingie asitoke milele. Lakini hakuwa na la kufanya. Bunduki nne zilikuwa tayari kumlenga akijaribu kutoroka.

"Majangili hatari sana nyie!" Spekta Salinga alifoka. Halafu alimgeukia Hassan Ngunda na kuongeza, "Labda Mungu alitaka huyo mtoto aibe bunduki ili tuwanase!"

"Njooni huku!" Hassan alipiga kelele baada ya Fadhili kumulikwa akiwa juu ya mti. Mwanga wa mbalamwezi nao uliongezeka.

"Twende," Fadhili alimwambia mwenzake. "Simba hawapo tena."

Wote wawili waliteremka kutoka mtini haraka. Fadhili aliipata bunduki ya babake chini ya mti ilikoanguka na kuichukua. Wakapiga mbio hadi pangoni.

"Fadhili!" Hassan alisema kwa furaha. Hakutaka kuonyesha hasira zake.

"Nyie watoto!" Spekta Salinga alisema. "Mmefanya kosa kubwa sana. Mnawaona majangili hawa? Mnajua kile ambacho kingetokea kama wangewaona?"

Fadhili na Ishmaili walinyamaza. Walishangaa kuwaona majangili na hasa Massawe.

"Ni nani aliyetoboa tairi za nyuma za gari hili?" Spekta Salinga aliwauliza majangili.

"Tulipigwa risasi," mmoja wao alijibu. "Hatujui aliyetushambulia."

Spekta aliwageukia kina Fadhili. "Mlifyatua risasi ngapi?"

Ishmaili na Fadhili walitulizana.

Siwambembelezi! Semeni au mtaishia jela!" Spekta Salinga alifoka.

"Fadhila alimuua simba. Amefyatua risasi nyingi, siyo mimi," Ishmaili alijihami kwa woga.

"Mmemuua simba? Yuko wapi?" Spekta Salinga aliuliza.

Ishmaili alionyesha kwa kidole pale simba wote wawili walianguka baada ya kupigwa risasi. Spekta Salinga alimulika kwa kurunzi.

"Kosa jingine," alisema baada ya kuiona mizoga ya simba. "Mmeingia katika hifadhi ya taifa na kuua wanyama!"

Kimya kilitanda. Spekta alitoa maelekezo kwa polisi wengine. "Fred na Kalia, mtalinda vipusa na gari. Sisi tutakuja asubuhi, sawa?"

"Sawa afande," Fred na Kalia walijibu kwa pamoja.

Majangili walifikishwa polisi ambako walizuiliwa ndani ya seli. Fadhili na baba yake waliruhusiwa kwenda nyumbani, lakini wakaambiwa waripoti asubuhi. Bunduki ya Hassan ilibaki na polisi.

Kesho yake, habari za Massawe na majangili wenzake zilienea kila sehemu. Watu walishangazwa sana.

"Duniani kuna mambo," mtu mmoja alisema. "Massawe alitaka watu wamchukie Hassan kumbe yeye ndiye mhalifu?"

"Ndivyo walivyo watu," mtu mwingine aliunga mkono.

Polisi walifanya upekuzi nyumbani mwa Massawe. Watu wengi waliizunguka nyumba kushuhudia. Zile bunduki tatu za majangili zikapatikana humo.

Siku iliyofuatia majangili walifikishwa mahamakani. Wakasomewa shtaka la kuhujumu uchumi wa nchi na kupatikana na silaha kinyume cha sheria, kisha wakapelekwa rumande.

Fadhili naye alifikishwa katika mahakama hiyo hiyo na kushtakiwa kwa kutumia bunduki na kuwaua wanyama kinyume cha sheria. Hakimu alizingatia umri wake pamoja na mchango wake na mwenzake Ishmaili katika kukamatwa kwa majangili.

"Haya ni makosa makubwa," hakimu alisema mwishowe. "Kama ungekuwa mtu mzima tungekufunga miaka mitatu. Lakini kutokana na umri wako, na vile hili lilikuwa kosa la kwanza, mahakama inakuachia huru."

Fadhili alifurahi kupindukia. Wenzake Juma na Ishmaili walimkumbatia.

"Nimekoma kufanya utundu wowote!" Ishmaili aliapa.

"Hata mimi!" Fadhili naye alisisitiza.

Kwa kuwa kulikuwa na ushahidi kamili dhidi ya majangili, kesi yao ilifanyika haraka. Mwishowe walipatikana na hatia na kuhukumiwa kifungo cha miaka saba na kazi ngumu kila mmoja. Vipusa na gari zilitaifishwa na serikali na kuwa mali ya umma.

Kimetolewa na Phoenix Publishers Ltd., Mellow Heights, Ngara Road, S.L.P. 30474 - 00100 Nairobi, na kupigwa chapa na Modern Lithographic (K) Limited, S. L. P. 52810-00200, Nairobi, Kenya..

www.ingramcontent.com/pod-product-compliance
Lightning Source LLC
LaVergne TN
LVHW092058060526
838201LV00047B/1447